Impressum
Verlag: BABADADA GmbH, Nedderfeld 112 , 22529 Hamburg
Geschäftsführer / Verlagsleitung: Harald Hof
Druck: Books on Demand GmbH, In de Tarpen 42, 22848 Norderstedt

Imprint
Publisher: BABADADA GmbH, Nedderfeld 112 , 22529 Hamburg, Germany
Managing Director / Publishing direction: Harald Hof
Print: Books on Demand GmbH, In de Tarpen 42, 22848 Norderstedt

学校
shule

割り算
kugawanya

186/2

黒板
ubao

教室
sajili

校庭
eneo la shule

教師
mwalimu

紙
karatasi

書く
kuandika

ペン
kalamu

事務机
dawati

定規
rula

本
kitabu

生徒
mwanafunzi

ランドセル

mkoba

筆入れ

kikasha cha penseli

鉛筆

penseli

鉛筆削り

kichonga penseli

消しゴム

mpira

スケッチブック

pedi ya kuchora

スケッチ

uchoraji

絵筆

brashi ya rangi

絵の具箱

sanduku la rangi

はさみ

mkasi

接着剤

gundi

練習帳

daftari

宿題

kazi ya nyumbani

12

数

nambari

2+2

足し算

jumlisha

5-2

引き算

ondoa

2×2

かけ算

zidisha

計算する

kokotoa

A

文字

barua

ABCDEFG
HIJKLMN
OPQRSTU
VWXYZ

アルファベット

alfabeti

単語

neno

テキスト

maandishi

読む

kusoma

チョーク

chaki

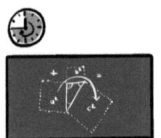

授業

somo

学級日誌

sajili

試験

uchunguzi

通知表

cheti

制服

sare za shule

教育

elimu

百科事典

elezo

大学

chuo kikuu

顕微鏡

darubini

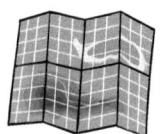

地図

ramani

ごみ箱

kikapu cha kuweka karatasi chafu

旅行

usafiri

ホテル
hoteli
Grand
ホステル
hosteli
ROOMS
両替所
ofisi ya ubadilishanaji
CHANGE
スーツケース
sanduku
自動車
gari

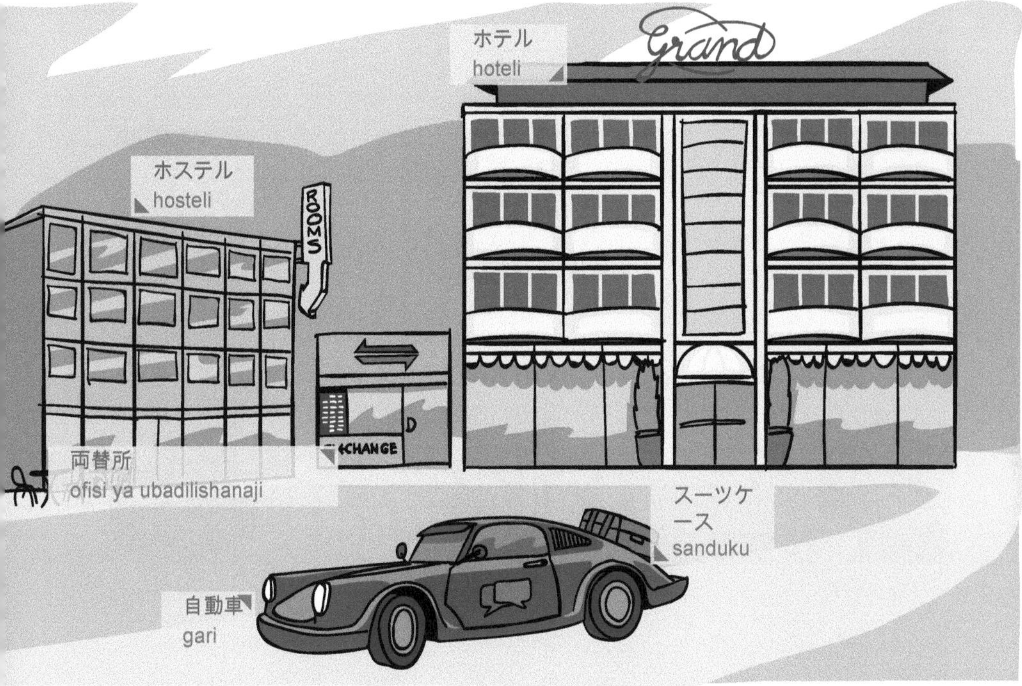

言語

lugha

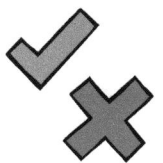

はい / いいえ

ndiyo / la

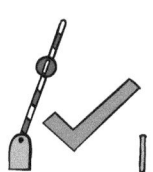

問題ない

sawa

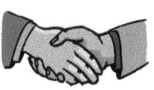

ハロー

hujambo

翻訳者

mtafsiri

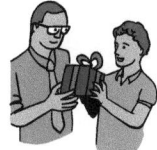

ありがとう

Asante

...はいくらですか？

kiasi gani ni ...?

わかりません

Sielewi

問題

tatizo

こんばんは！

Jioni njema!

おはようございます！

Habari za asubuhi!

おやすみなさい！

Usiku mwema!

さようなら

kwa heri

方向

mwelekeo

手荷物

mizigo

バッグ

mfuko

リュックサック

shanta

お客様

mgeni

部屋

chumba

寝袋

begi la kulalia

テント

hema

旅行者情報
taarifa ya utalii

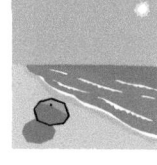

ビーチ
ufuo

クレジットカード
kadi

朝食
kifunguakinywa

昼食
chakula cha mchana

夕食
chakula cha jioni

チケット
tiketi

エレベーター
kuinua

スタンプ
muhuri

境界
mpaka

税関
mila

大使館
ubalozi

ビザ
visa

パスポート
pasipoti

輸送

usafiri

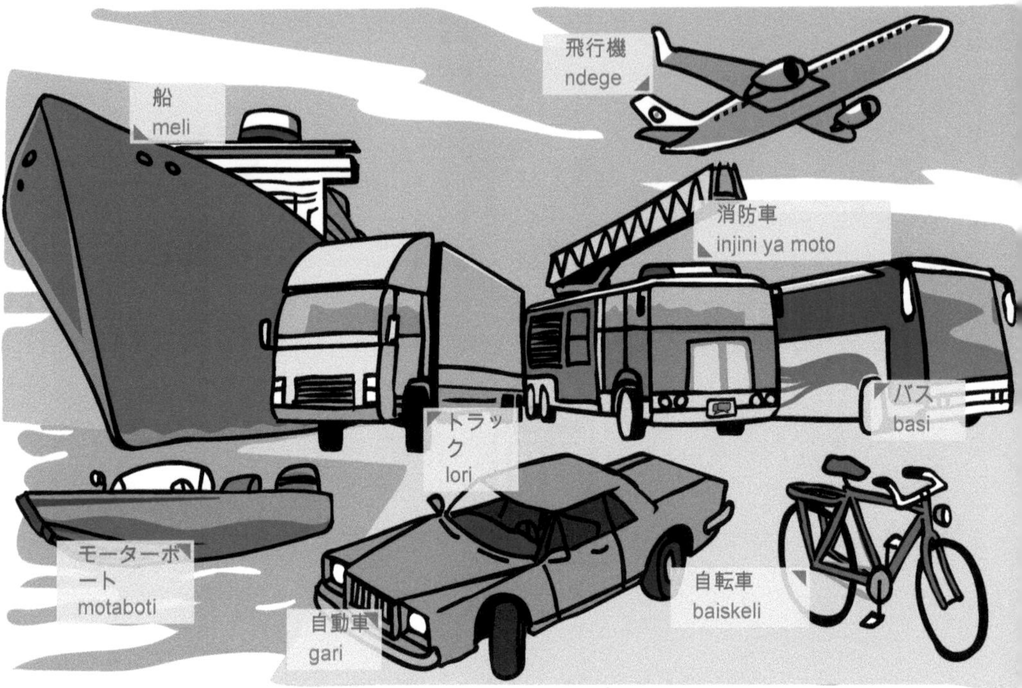

飛行機
ndege
船
meli
消防車
injini ya moto
バス
basi
トラック
lori
モーターボート
motaboti
自動車
gari
自転車
baiskeli

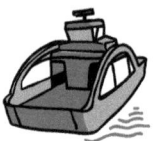

フェリー

feri

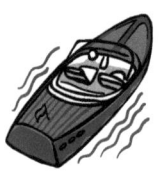

ボート

mashua

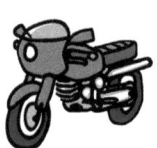

バイク

pikipiki

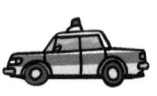

パトカー

gari la polisi

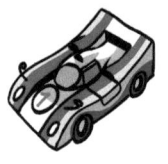

レーシングカー

gari la mashindano

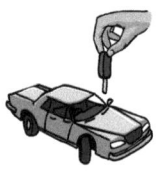

レンタカー

gari la kukodisha

カーシェアリング

kushiriki gari

レッカー車

lori la kuvuta

ごみ収集車

ukusanyaji taka

モーター

motor

燃料

mafuta

ガソリンスタンド

kituo cha mafuta

交通標識

ishara trafiki

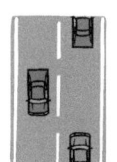

交通

trafiki

渋滞

msongamano

駐車場

maegesho

駅

kituo cha treni

道

reli

列車

garimoshi

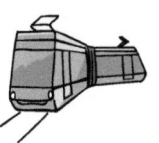

路面電車

tremu

車両

gari la mizigo

ヘリコプター

helikopta

空港

uwanja wa ndege

タワー

mnara

乗客

abiria

コンテナ

chombo

段ボール箱

katoni

カート

mkokoteni

カゴ

kikapu

離陸 / 着陸

ondoka

都市

jiji

村

kijiji

都心

katikati ya jiji

家

nyumba

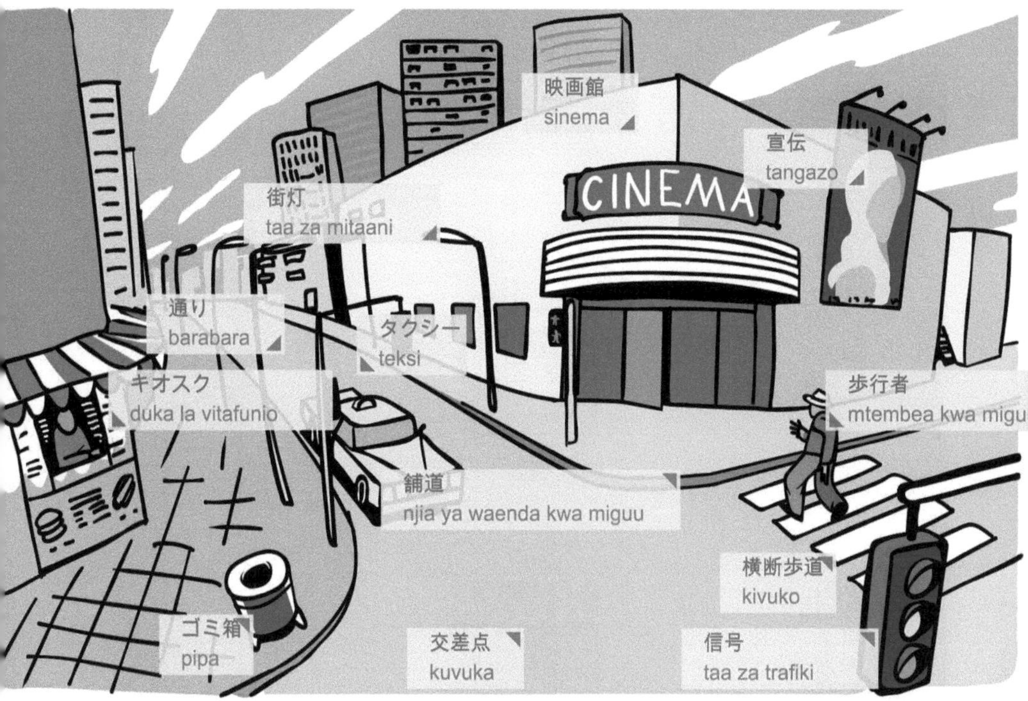

映画館
sinema
宣伝
tangazo
CINEMA
街灯
taa za mitaani
通り
barabara
タクシー
teksi
キオスク
duka la vitafunio
歩行者
mtembea kwa migu
舗道
njia ya waenda kwa miguu
横断歩道
kivuko
ゴミ箱
pipa
交差点
kuvuka
信号
taa za trafiki

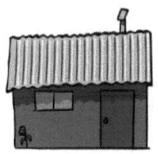

小屋

kibanda

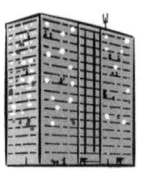

アパート

gorofa

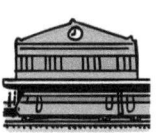

駅

kituo cha treni

市役所

ukumbi wa mji

MUSEUM

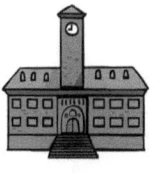

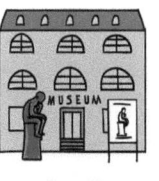

美術館

Makavazi

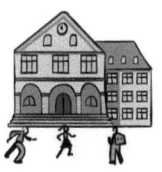

学校

shule

大学
chuo kikuu

銀行
benki

病院
hospitali

ホテル
hoteli

薬局
duka la dawa

オフィス
ofisi

書店
duka la kitabu

ショップ
duka

花屋
duka la maua

スーパーマーケット
dukakuu

市場
soko

デパート
idara ya kuhifadhi

魚屋
mwuza samaki

ショッピングセンター
kituo cha ununuzi

港
bandari

公園
Hifadhi

ベンチ
benki

橋
daraja

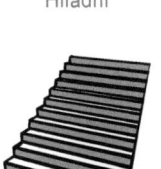

階段
vidato

地下鉄
chini ya ardhi

トンネル
handaki

バス停
kituo cha mabasi

バー
bar

レストラン
mgahawa

ポスト
sanduku la posta

道路標識
ishara ya barabara

パーキングメーター
mita ya maegesho

動物園
bustani ya wanyama

スイミングプール
kidimbwi cha kuogelea

モスク
msikiti

農場

shamba

汚染

uchafuzi

墓地

makaburini

教会

kanisa

遊び場

uwanja wa michezo

寺

hekalu

風景

mazingira

葉
jani

道標
ishara ya mwelekeo

道
njia

草地
malisho

石
jiwe

木
mti

ハイカー
mtembeaji wa masafa

川
mto

草
nyasi

花
ua

谷

bonde

山

kilima

湖

ziwa

森

msitu

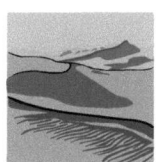

砂漠

jangwa

火山

volkano

城

ngome

虹

upinde wa mvua

キノコ

uyoga

ヤシの木

mtende

蚊

mbu

ハエ

kuruka

蟻

chungu

ミツバチ

nyuki

クモ

buibui

カブトムシ

mende

蛙

chura

リス

kuchakuro

ハリネズミ

nungunungu

ウサギ

sungura

フクロウ

bundi

鳥

ndege

白鳥

swan

雄豚

nguruwe mwitu

鹿

kulungu

ヘラジカ

aina ya kongoni

ダム

bwawa

風力タービン

tabo ya upepo

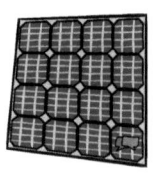

ソーラーパネル

nishaji ya jua

気候

hali ya hewa

レストラン

mgahawa

ウェイター
mhudumu
メニュー
menyu
椅子
kiti
スープ
supu
ピザ
piza
刃物類
vilia
テーブルクロス
kitambaa cha mezani

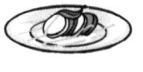

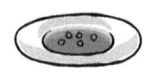

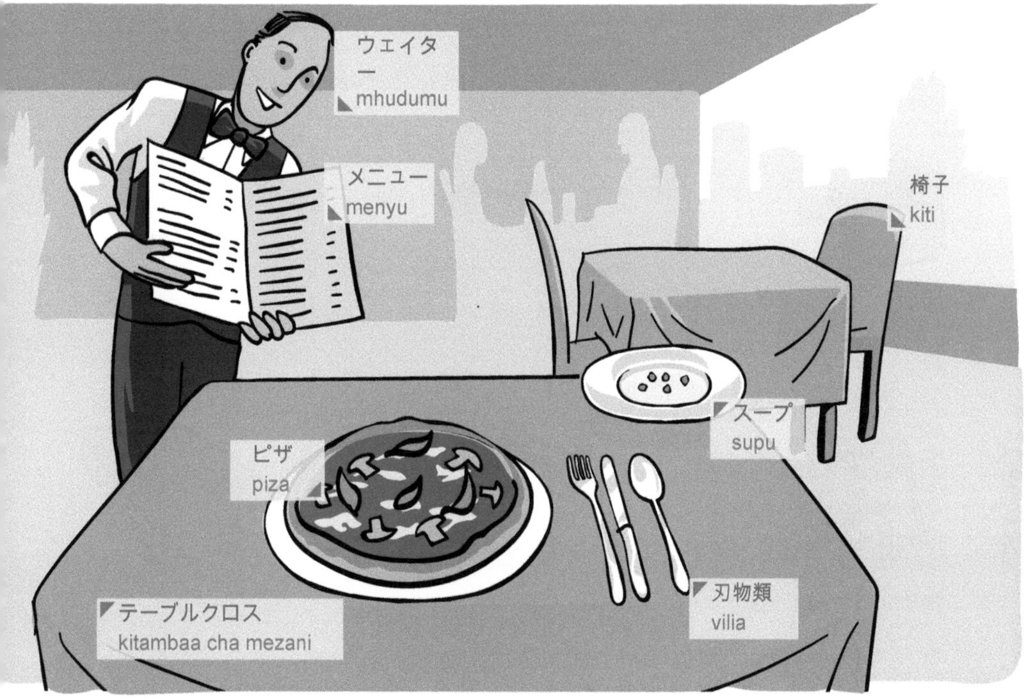

前菜

kiamsha hamu

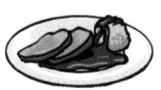

メインコース

kozi kuu

デザート

kitindamlo

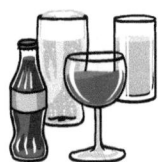

飲み物

vinywaji

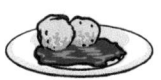

食べ物

chakula

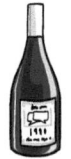

ボトル

chupa

ファストフード

chakula cha haraka

屋台の食べ物

Streetfood

ティーポット

buli

砂糖入れ

kisanduku cha sukari

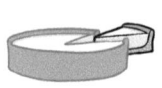

一人前

sehemu

エスプレッソマシン

mashine ya espresso

幼児用食事椅子

kiti kirefu

請求書

muswada

トレー

trei

ナイフ

kisu

フォーク

uma

スプーン

kijiko

ティースプーン

kijiko cha chai

ナプキン

nepi

グラス

glasi

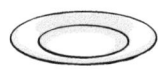

皿

sahani

スープ皿

sahani ya supu

受け皿

sufuria

ソース

mchuzi

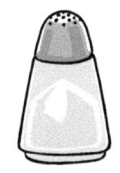

塩入れ

kichanyaji chumvi

ペッパーミル

kinu cha pilipili

酢

siki

油

mafuta

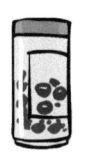

スパイス

viungo

ケチャップ

kechapu

マスタード

haradali

マヨネーズ

kachumbari nzito

スーパーマーケット

dukakuu

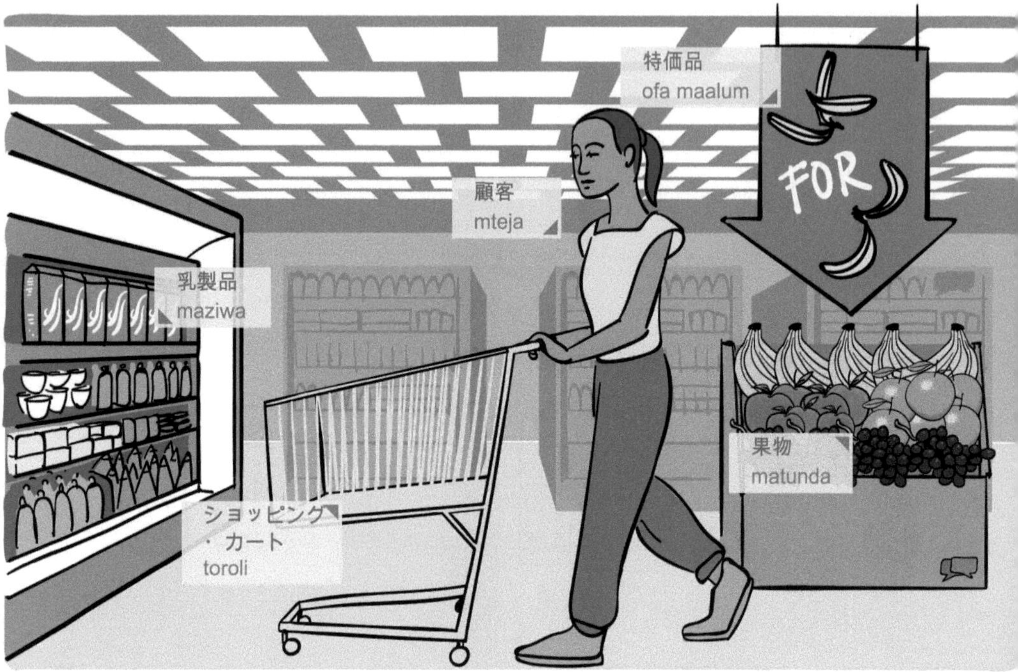

特価品
ofa maalum
FOR
顧客
mteja
乳製品
maziwa
果物
matunda
ショッピング・カート
toroli

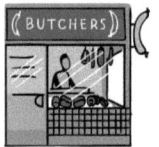

BUTCHERS

肉屋

mchinjaji

BAKERY

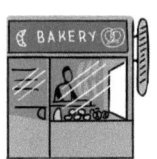

パン屋

mwokaji

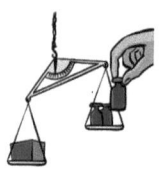

重さをはかる

uzito

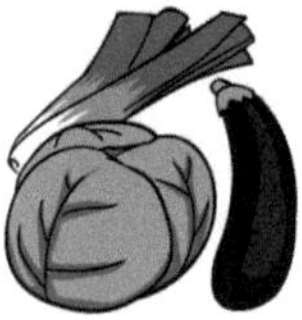

野菜

mboga

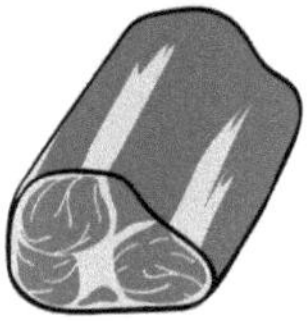

肉

nyama

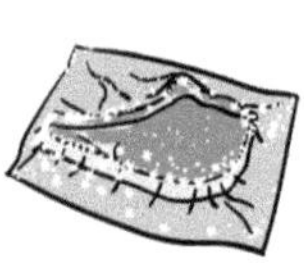

冷凍食品

chakula waliohifadhiwa

冷肉の薄切り

vipande vya nyama baridi

缶詰食品

chakula cha kopo

洗剤

sabuni ya unga

菓子

pipi

家庭用品

bidhaa za kaya

清掃用品

bidhaa za kusafisha

販売員

mtu mauzo

現金箱

mpaka

レジ係

keshia

買い物リスト

orodha ya manunuzi

開館時刻

masaa ya ufunguzi

財布

mkoba

クレジットカード

kadi

バッグ

mfuko

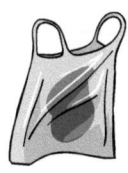

ポリ袋

mfuko wa plastiki

水

maji

ジュース

sharubati

牛乳

maziwa

コーラ

coke

ワイン

mvinyo

ビール

bia

アルコール

pombe

ココア

kakao

紅茶

chai

コーヒー

kahawa

エスプレッソ

spreso

カプチーノ

kapuchino

バナナ

ndizi

リンゴ

tufaha

オレンジ

machungwa

メロン

tikiti

レモン

lemon

ニンジン

karoti

ニンニク

kitunguu saumu

竹

mianzi

玉ねぎ

kitunguu

キノコ

uyoga

ナッツ

karanga

ヌードル

nudo

スパゲッティ

spageti

米

mpunga

サラダ

saladi

フライドポテト

vibanzi

フライドポテト

viazi vya kukaanga

ピザ

piza

ハンバーガー

hambaga

サンドウィッチ

sandwichi

カツレツ

kipande

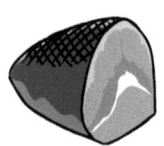

ハム

paja la mnyama

サラミ

salami

ソーセージ

soseji

鶏肉

kuku

焼き

choma

魚

samaki

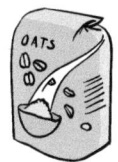

麦のお粥

oats ya uji

ムーズリ

muesli

コーンフレーク

cornflakes

小麦粉

unga

クロワッサン

kroisanti

ロールパン

andazi

パン

mkate

トースト

mkate wa kubanika

ビスケット

biskuti

バター

siagi

カッテージチーズ

maziwa mgando

ケーキ

keki

卵

yai

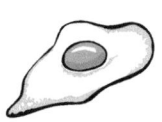

目玉焼き

yai kukaanga

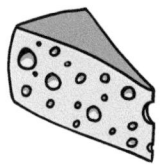

チーズ

jibini

アイスクリーム

aiskrimu

砂糖

sukari

はちみつ

asali

ジャム

jemu

ヌガークリーム

kuenea kwa chokoleti

カレー

mchuzi wa viungo

農場
shamba

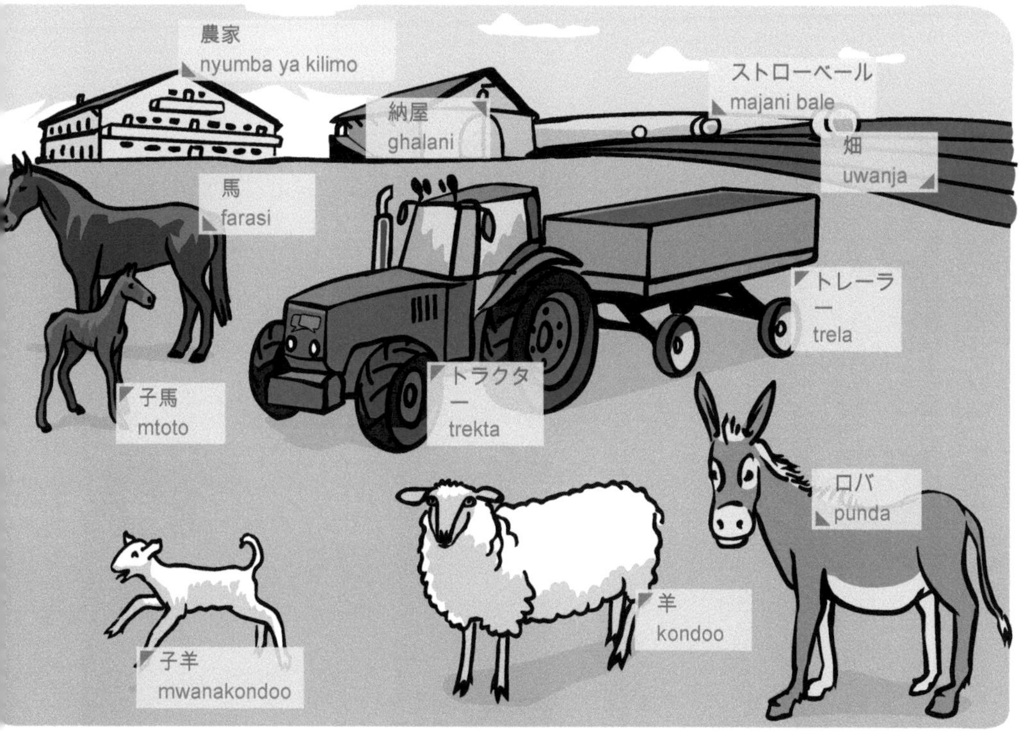
農家
nyumba ya kilimo
ストローベール
majani bale
納屋
ghalani
畑
uwanja
馬
farasi
トレーラー
trela
子馬
mtoto
トラクター
trekta
ロバ
punda
羊
kondoo
子羊
mwanakondoo

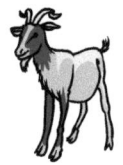

ヤギ

mbuzi

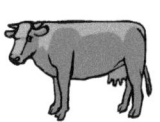

雌牛

ng'ombe

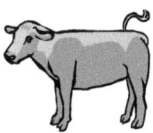

子牛

ndama

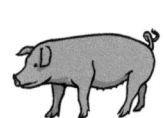

豚

nguruwe

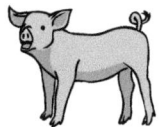

子豚

mwananguruwe

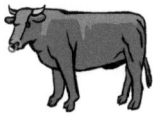

雄牛

fahali

ガチョウ

batabukini

アヒル

bata

ひよこ

kifaranga

にわとり

kuku

おんどり

jogoo

ネズミ

panya

猫

paka

ねずみ

panya

雄牛

ng'ombe

犬

mbwa

犬小屋

nyumba ya mbwa

散水ホース

bomba la bustani

じょうろ

debe la kumwagilia maji

大鎌

fyekeo

すき

kulima

草刈り鎌

mundu

くわ

jembe

堆肥用フォーク

uma wa nyasi

斧

shoka

手押し車

toroli

かいばおけ

kupitia nyimbo

牛乳缶

chombo cha maziwa

袋

gunia

フェンス

ua

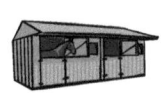

畜舎

imara

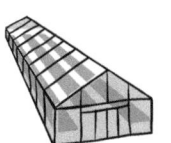

温室

chafu

土壌

udongo

種

mbegu

肥料

mbolea

コンバイン

kivunaji

収穫する

mavuno

収穫

mavuno

ヤマイモ

viazi vikuu

小麦

ngano

大豆

soya

じゃがいも

viazi

トウモロコシ

mahindi

菜種

rapa

果樹

mti wa matunda

キャッサバ

muhogo

穀物

nafaka

家

nyumba

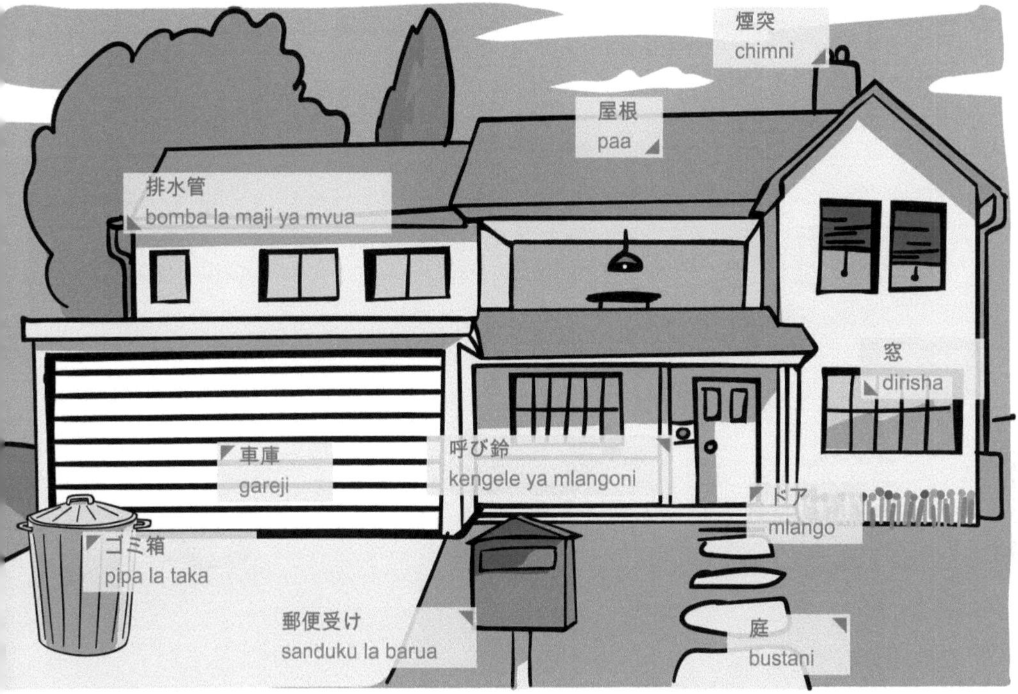

煙突
chimni
屋根
paa
排水管
bomba la maji ya mvua
窓
dirisha
車庫
gareji
呼び鈴
kengele ya mlangoni
ドア
mlango
ゴミ箱
pipa la taka
郵便受け
sanduku la barua
庭
bustani

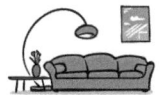

リビングルーム

sebuleni

浴室

bafu

台所

jikoni

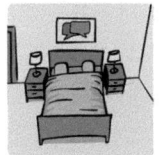

寝室

chumba cha kulala

子供部屋

chumba ya mtoto

ダイニング・ ルーム

chumba cha kulia

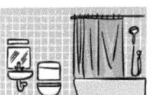

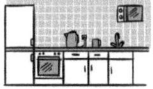

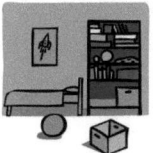

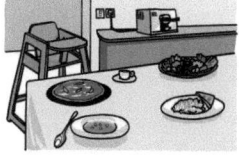

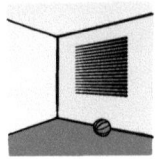

床
sakafu

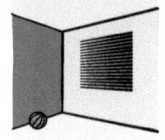

壁
ukuta

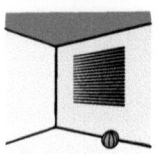

天井
dari

地下貯蔵庫
pishi

サウナ
sauna

バルコニー
roshani

テラス
mtaro

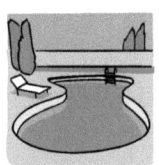

プール
kidimbwi

芝刈り機
mashine ya kukata nyasi

シーツ
karatasi

ベッドカバー
kitambaa cha kupamba kitanda

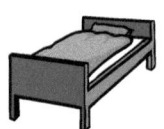

ベッド
kitanda

ほうき
ufagio

バケツ
ndoo

スイッチ
kubadili

リビングルーム

sebuleni

壁紙
mandhari
絵
picha
ランプ
taa
棚
rafu
食器棚
kabati
テレビ
televisheni/runinga
暖炉
mekoni
花
ua
クッション
mto
ソファ
sofa
花瓶
chombo cha maua
リモコン
kitenzambali

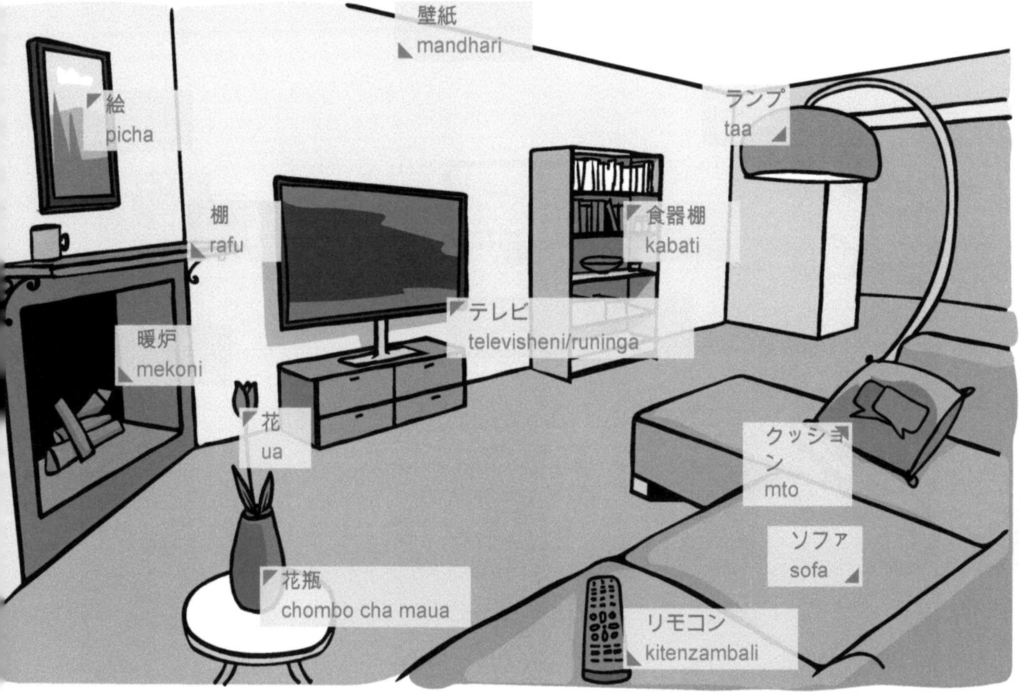

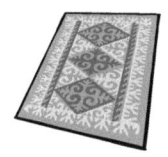

カーペット

zulia

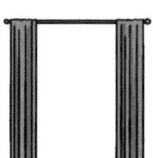

カーテン

pazia

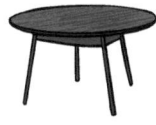

テーブル

meza

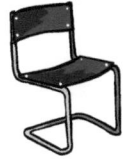

椅子

kiti

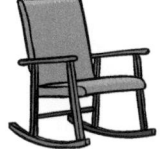

ロッキングチェア

kiti cha bembea

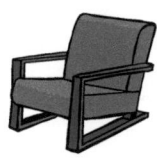

ひじ掛け椅子

armchair

本
kitabu

毛布
blanketi

飾り
mapambo

たきぎ
kuni

映画
filamu

ステレオ
kifaa cha hi-fi

鍵
ufunguo

新聞
gazeti

絵画
uchoraji

ポスター
bango

ラジオ
redio

メモ帳
daftari

掃除機
kifyonza

サボテン
dungusi kakati

ろうそく
mshumaa

台所
jikoni

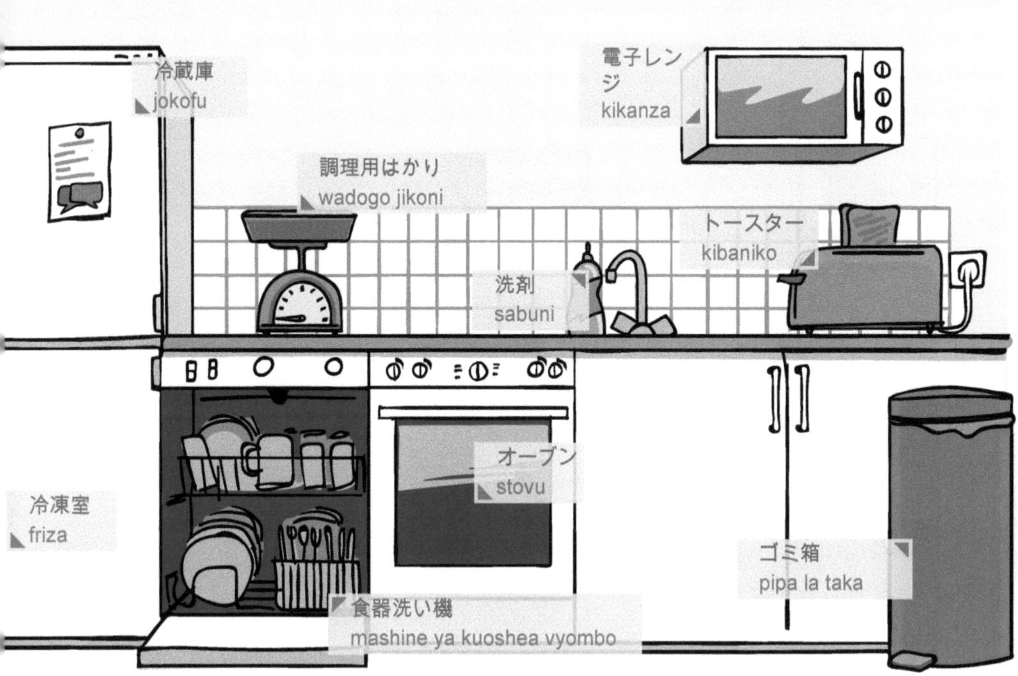

電子レンジ
kikanza
冷蔵庫
jokofu
調理用はかり
wadogo jikoni
トースター
kibaniko
洗剤
sabuni
オーブン
stovu
冷凍室
friza
ゴミ箱
pipa la taka
食器洗い機
mashine ya kuoshea vyombo

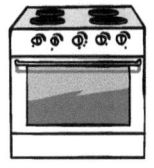

こんろ
jiko la kupika

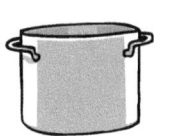

鍋
chungu

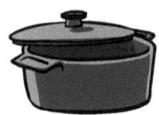

鉄鍋
sufuria ya chuma

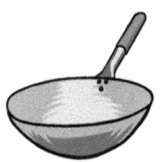

中華鍋/ カダイ鍋
wok / kadai

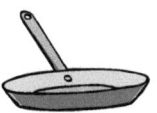

フライパン
kaango

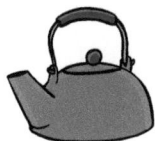

やかん
birika

蒸し器

stima

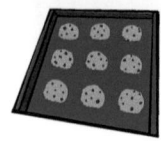

天板

sinia ya kuoka

食器

vyombo vya udongo

マグカップ

kombe

ボウル

bakuli

箸

vijiti vya kulia

おたま

ukawa

へら

mwiko mpana

泡立て器

burashi

こし器

kichujio

ふるい

chujio

すりおろし器

mbuzi

すり鉢

chokaa

バーベキュー

barbeque

かまど

moto wazi

まな板

ubao wa majaribio

麺棒

kijiti cha kusukuma unga

栓抜き

kizibuo

缶

kopo

缶切り

inaweza kopo

鍋つかみ

kishikio cha chungu

流し

karo

ブラシ

brashi

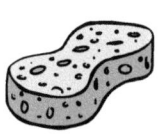

スポンジ

sifongo

ミキサー

kisagaji matunda

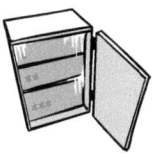

冷凍庫

friji ya kina

哺乳瓶

chupa ya mtoto

蛇口

bomba

浴室

bafu

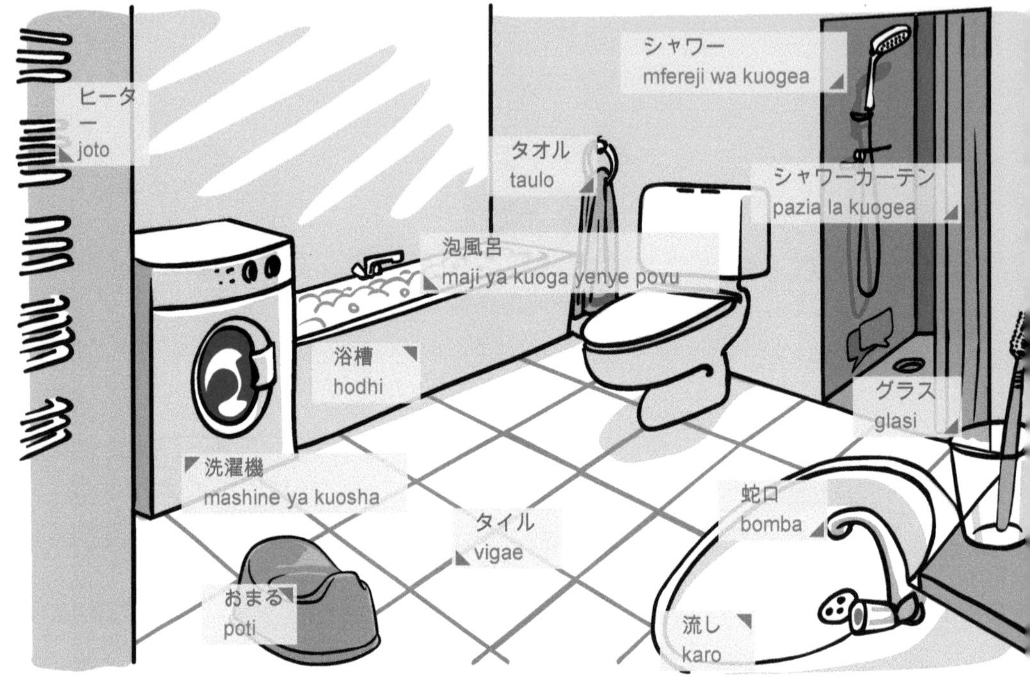

ヒーター
joto
シャワー
mfereji wa kuogea
タオル
taulo
シャワーカーテン
pazia la kuogea
泡風呂
maji ya kuoga yenye povu
浴槽
hodhi
グラス
glasi
洗濯機
mashine ya kuosha
蛇口
bomba
タイル
vigae
おまる
poti
流し
karo

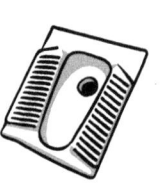

トイレ

choo

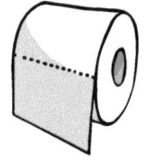

和式トイレ

choo cha squat

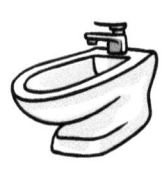

ビデ

beseni la mviringo

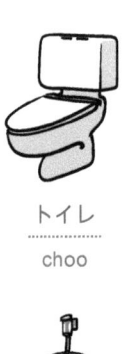

小便器

choo cha umma

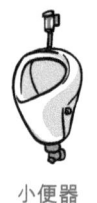

トイレットペーパー

shashi

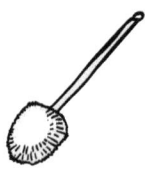

トイレブラシ

brashi ya choo

歯ブラシ

mswaki

歯みがき

dawa ya meno

デンタルフロス

dawa ya meno

洗う

safisha

シャワーヘッド

kuoga mkono

ハンドビデ

msukumo wa maji

洗面台

bonde

ボディブラシ

mpako wa pili

石鹸

sabuni

シャワー用ジェル

jeli ya kuogea

シャンプー

shampuu

浴用タオル

flana

排水口

toa maji

クリーム

krimu

消臭

kiondoa harufu

鏡

kioo

手鏡

kioo mkono

かみそり

kinyozi

シェービング・フォーム

povu la kunyoa

アフターシェーブローショ
ン

baada ya kunyoa

櫛

kichana

ブラシ

brashi

ドライヤー

kikausha nywele

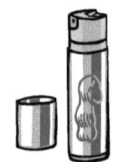

ヘアスプレー

marashi ya nyewele

化粧

vipodozi

口紅

kidomwa

マニキュア

varnish ya msumari

脱脂綿

pamba

爪切り

mkasi wa kucha

香水

manukato

洗面用具入れ

mkoba wa kuosha

スツール

kinyesi

体重計

mizani

バスローブ

nguo ya kuoga

ゴム手袋

glavu za mpira

タンポン

kisodo

生理用ナプキン

sodo

ケミカルトイレ

kemikali choo

子供部屋

chumba ya mtoto

目覚まし時計
saa ya kengele
ぬいぐるみ
kidoli cha kupakata
おもちゃの自動車
gari bandia
がらがら
kelele
ドール・ハウス
chumba cha midoli
プレゼント
sasa

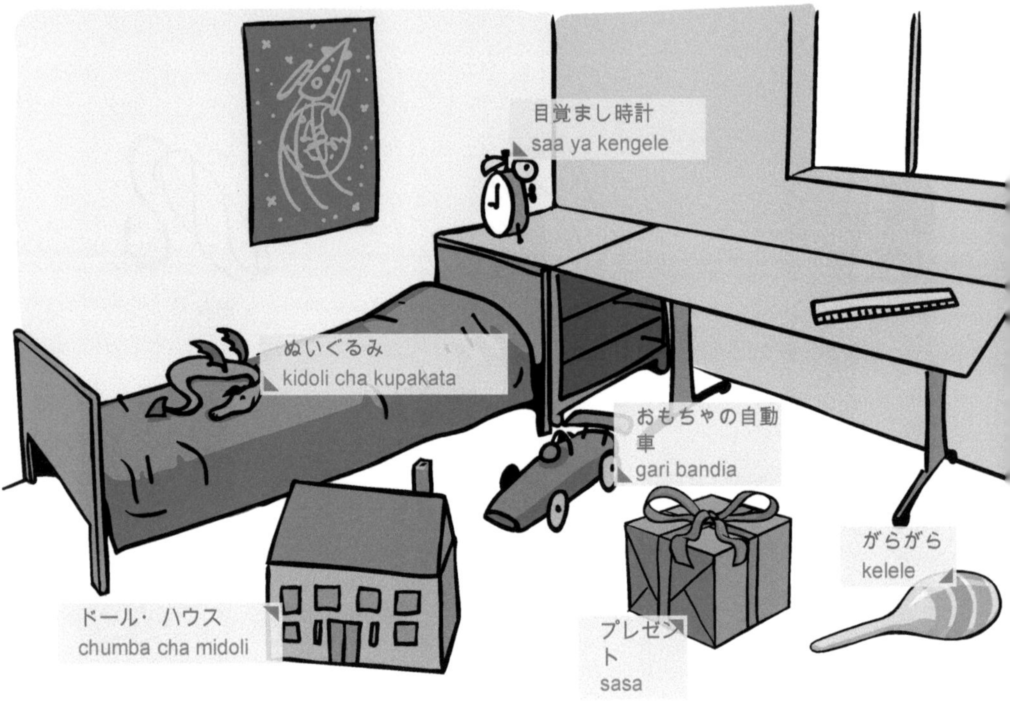

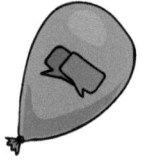

風船

baluni

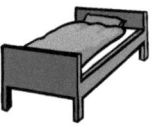

ベッド

kitanda

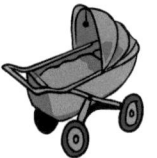

ベビーカー

mashua

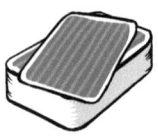

カードゲーム

staha ya kadi

ジグソーパズル

mchezo-fumb

SUPER MEGA

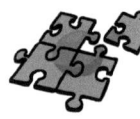

漫画

vichekesho

レゴ
matofali lego

玩具ブロック
vitalu mwigo

アクションフィギュア
hatua takwimu

ロンパース
suti ya kulalia

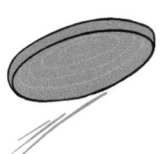

フリスビー
kisahani

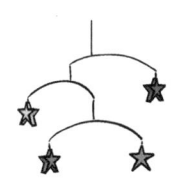

モバイル
simu

ボードゲーム
ubao wa michezo

さいころ
kete

鉄道模型
garimoshi mwigo

おしゃぶり
dummy

パーティー
chama

絵本
picha kitabu

ボール
mpira

人形
kikaragosi

遊ぶ
kucheza

砂場

shimo la mchanga

ブランコ

bembea

おもちゃ

vitu bandia

ゲーム機

kiweko cha video ya
mchezo

三輪車

baiskeli ya magurudumu

テディベア

mwanasesere

衣装ダンス

kabati

matatu

衣服

nguo

靴下

soksi

ストッキング

stokingi

タイツ

kibano

スカーフ
skafu

ベルト
ukanda

雨傘
mwavuli

Tシャツ
fulana

スニーカー
wakufunzi

ブーツ
viatu

スリッパ
ndara

サンダル	靴	ゴム長靴
malapa	viatu	mabuti ya mpira

パンツ	ブラ	ベスト
suruali ya ndani	sidiria	fulana

ボディースーツ

mwili

ズボン

suruali

ジーンズ

dangirizi

スカート

sketi

ブラウス

blauzi

シャツ

shati

セーター

vuta

パーカー

sweta

ブレザー

bleza

ジャケット

jaketi

コート

koti

レインコート

koti la mvua

服装

maleba

ドレス

gauni

ウェディングドレス

mavazi ya harusi

スーツ

suti

ナイトガウン

vazi la usiku

パジャマ

pajama

サリー

sari

ヘッドスカーフ

skafu

ターバン

kilemba

ブルカ

burka

カフタン

kaftan

アバヤ

abaya

水着

vazi la kuogelea

トランクス

vazi la kiume la kuogelea

半ズボン

kaptura

スウェットスーツ

teitei

エプロン

aproni

手袋

glavu

ボタン

kifungo

メガネ

glasi

ブレスレット

bangili

ネックレス

mkufu

指輪

pete

イヤリング

herini

帽子

kofia

ハンガー

kiango cha koti

帽子

kofia

ネクタイ

tai

ファスナー

zipu

ヘルメット

kofia

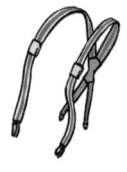

サスペンダー

kanda za suruali

制服

sare za shule

ユニフォーム

sare

よだれかけ

bibu

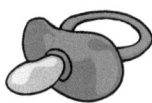

おしゃぶり

dummy

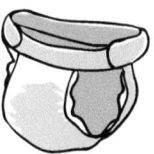

おむつ

nepi

オフィス

ofisi

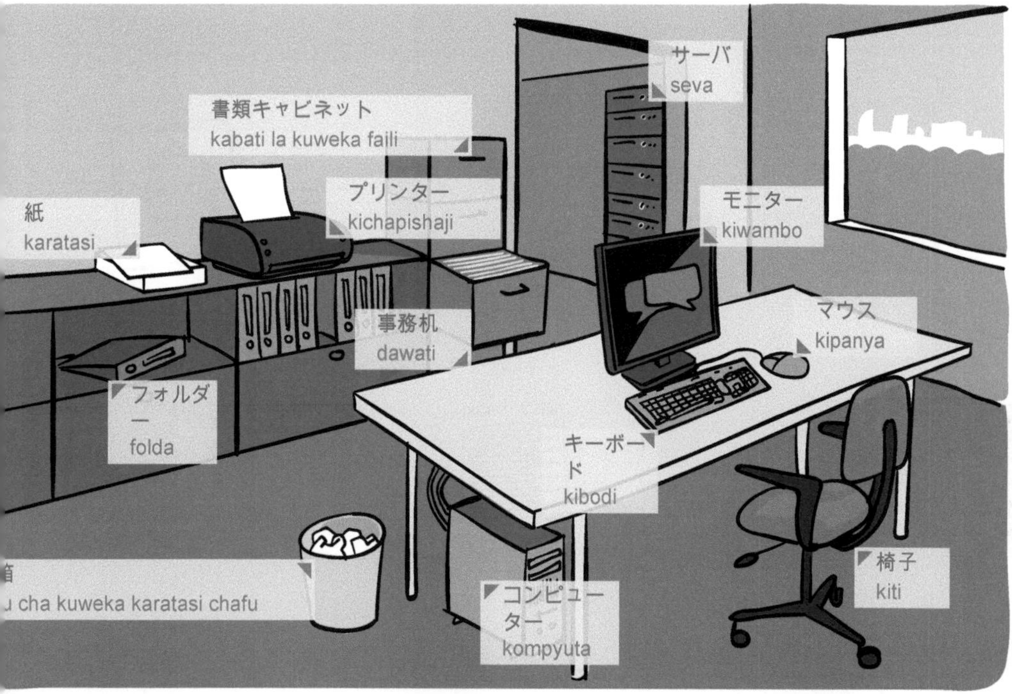

サーバ
seva

書類キャビネット
kabati la kuweka faili

プリンター
kichapishaji

モニター
kiwambo

紙
karatasi

マウス
kipanya

事務机
dawati

フォルダー
folda

キーボード
kibodi

u cha kuweka karatasi chafu

椅子
kiti

コンピューター
kompyuta

コーヒーマグ

kmobe la kahawa

計算機

kikokotoo

インターネット

biashara

ラップトップ

mbali

手紙

barua

メッセージ

ujumbe

携帯電話

rununu

ネットワーク

intaneti

コピー機

fotokopia

ソフトウェア

programu

電話

simu

コンセント

soketi

ファックス

kipepesi

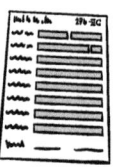

フォーム

fomu

書類

hati

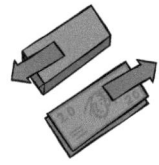

買う

kununua

支払う

kulipa

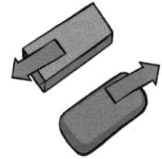

取引する

biashara

お金

fedha

ドル

dola

ユーロ

yuro

円

yeni

ルーブル

rouble

スイスフラン

faranga ya Uswisi

人民元

renminbi yuan

ルピー

rupia

キャッシュポイント

eneo la kulipia

両替所

ofisi ya ubadilishanaji

金

dhahabu

銀

fedha

油

mafuta

エネルギー

nishati

価格

bei

契約

mkataba

税金

kodi

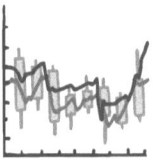

株

bidhaa

働く

kazi

従業員

mfanyakazi

雇用主

mwajiri

工場

kiwanda

ショップ

duka

警察官
afisa wa polisi

消防士
mzimamoto

コック
mpishi

医師
daktari

パイロット
rubani

庭師
mtunza bustani

大工
seremala

お針子
mshonaji

裁判官
hakimu

化学者
mwanakemia

俳優
muigizaji

バスの運転手

dereva wa basi

タクシー運転手

dereva wa teksi

漁師

mvuvi

掃除婦

mwanamke wa kusafisha

屋根ふき職人

mwezekaji

ウェイター

mhudumu

ハンター

mwindaji

塗装工

mchoraji

パン屋

mwokaji

電気工

umeme

建設作業員

mjenzi

エンジニア

mhandisi

肉屋

mchinjaji

配管工

fundi bomba

郵便配達人

mwanaposta

軍人
mwanajeshi

建築家
msanifu majengo

レジ係
keshia

花屋
muuza maua

美容師
msusi

車掌
kondakta

機械工
mekanika

キャプテン
nahodha

歯科医
daktari wa meno

科学者
mwanasayansi

ラビ
rabbi

イスラム導師
imamu

修道士
mtawa

牧師
kasisi

道具

zana

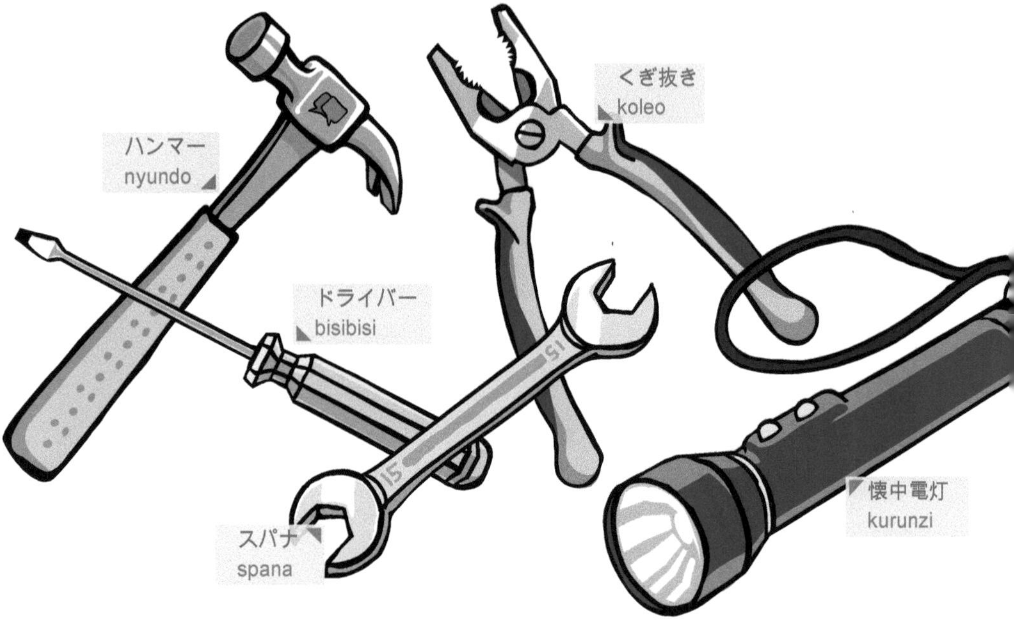

くぎ抜き
koleo
ハンマー
nyundo
ドライバー
bisibisi
懐中電灯
kurunzi
スパナ
spana

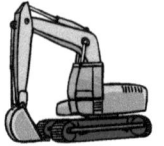

掘削機

mchimbaji

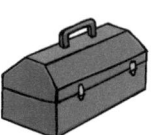

道具箱

sanduku la vifaa

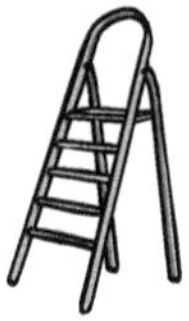

はしご

ngazi

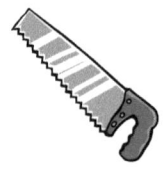

のこぎり

msumeno

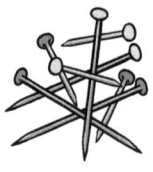

釘

misumari

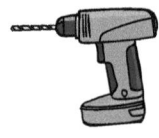

ドリル

kuchimba visima

修理する
kukarabati

シャベル
sepetu

クソ！
Lo!

ちりとり
kishikio cha uchafu

ペンキ缶
chungu cha rangi

ネジ
skurubu

楽器

ala za muziki

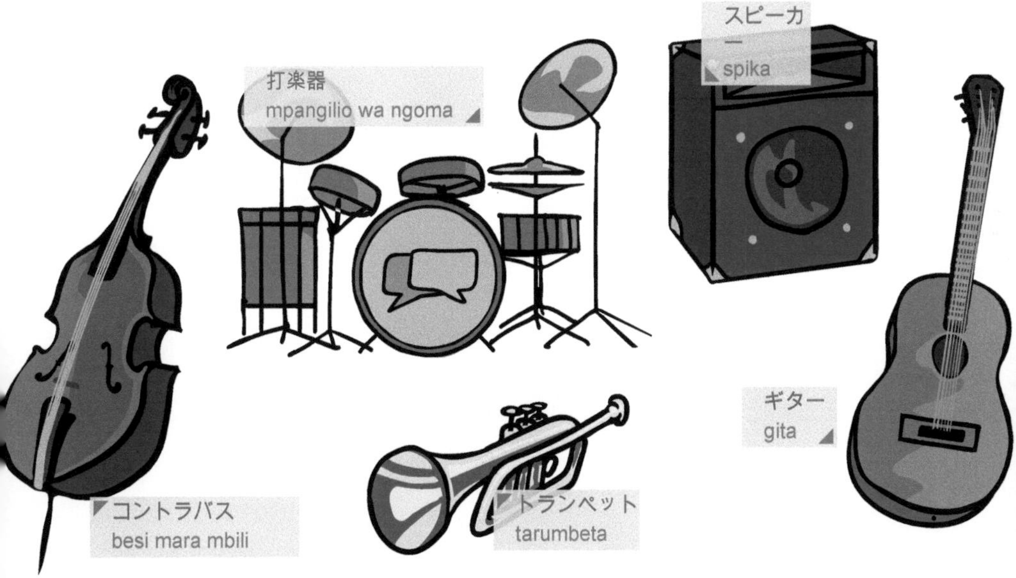

スピーカ
ー
spika

打楽器
mpangilio wa ngoma

コントラバス
besi mara mbili

トランペット
tarumbeta

ギター
gita

ピアノ

piano

バイオリン

fidla

バス

ubeji

ティンパニ

timpani

ドラム

ngoma

キーボード

kibodi

サックス

saksafoni

フルート

filimbi

マイクロフォン

maikrofoni

動物園
bustani ya wanyama

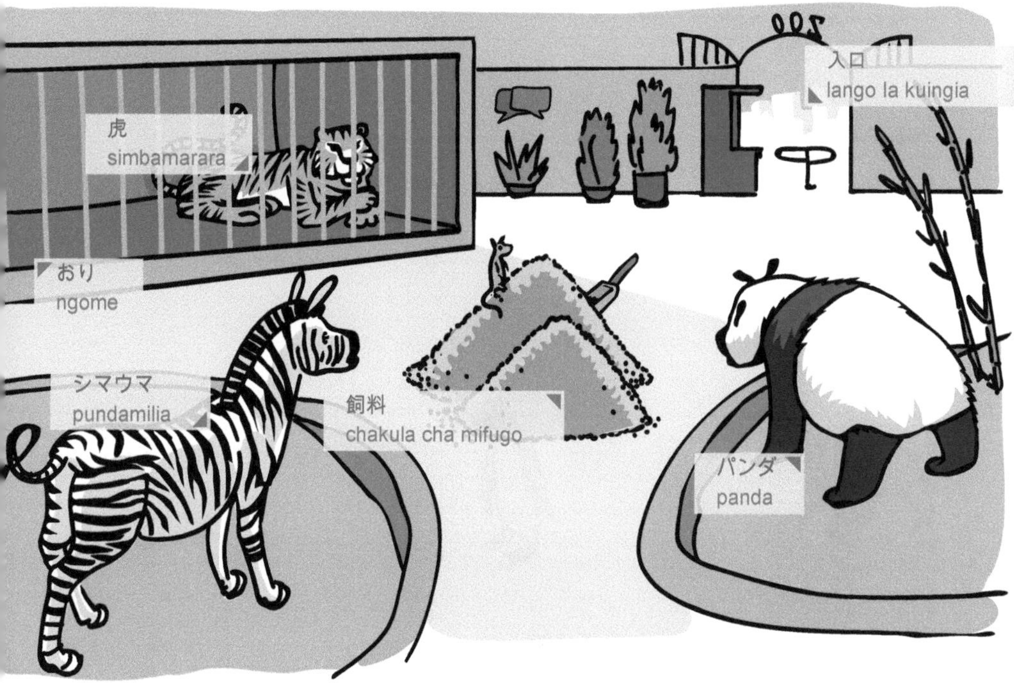
入口
lango la kuingia
虎
simbamarara
おり
ngome
シマウマ
pundamilia
飼料
chakula cha mifugo
パンダ
panda

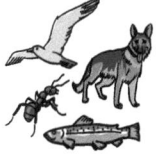

動物

wanyama

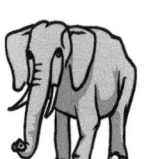

象

tembo

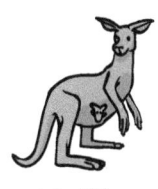

カンガルー

kangaruu

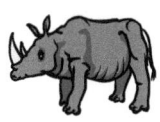

サイ

kifaru

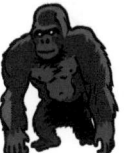

ゴリラ

sokwe

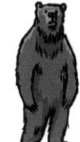

熊

dubu

ラクダ

ngamia

ダチョウ

mbuni

ライオン

simba

猿

tumbili

フラミンゴ

heroe

オウム

kasuku

白クマ

dubu

ペンギン

penguini

サメ

papa

クジャク

tausi

蛇

nyoka

ワニ

mamba

飼育係

mtunza wanyama

アザラシ

muhuri

ジャガー

jaguar

ポニー

mwanafarasi

ヒョウ

chui

カバ

kiboko

キリン

twiga

鷲

tai

雄豚

nguruwe mwitu

魚

samaki

亀

kobe

セイウチ

sili

狐

mbweha

ガゼル

paa

アメフト
soka ya marekani

サイクリング
uendeshaji baiskeli

テニス
tenisi

バスケットボール
mpira wa kikapu

水泳
kuogelea

ボクシング
ndondi

アイスホッケー
magongo ya barafuni

サッカー
soka

バドミントン
vinyoya

陸上競技
riadha

ハンドボール
mpira wa mikono

スキー
skii

ポロ
polo

跳ぶ
kuruka

抱きしめる
kumbatia

笑う
cheka

歩く
kutembea

歌う
kuimba

夢見る
ota ndoto

祈る
kuomba

キス
busu

書く
kuandika
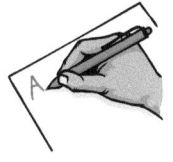

描く
kuteka

示す
angalia

押す
sukuma

与える
kutoa
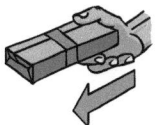

取る
kuchukua
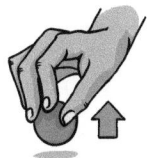

持っている

kuwa

する

fanya

ある

kuwa

立つ

kusimama

走る

kukimbia

引く

vuta

投げる

kutupa

落ちる

kuanguka

横たわっている

hadaa

待つ

kusubiri

運ぶ

kubeba

座る

kukaa

着る

vaa nguo

眠る

usingizi

目が覚める

kuamka

見る

kuangalia

泣く

lia

なでる

kiharusi

櫛ですく

chana nywele

話す

ongea

理解する

kuelewa

質問する

kuuliza

聞く

kusikiliza

飲む

kunywa

食べる

kula

片づける

nadhifisha

愛する

upendo

料理する

mpishi

運転する

gari

飛ぶ

kuruka

ヨットに乗る

meli

計算する

kokotoa

読む

kusoma

学ぶ

kujifunza

働く

kazi

結婚する

kuoa

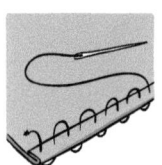

縫う

kushona

歯を磨く

piga mswaki

殺す

kuua

喫煙する

moshi

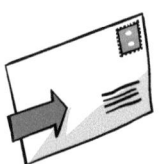

送る

kutuma

家族

familia

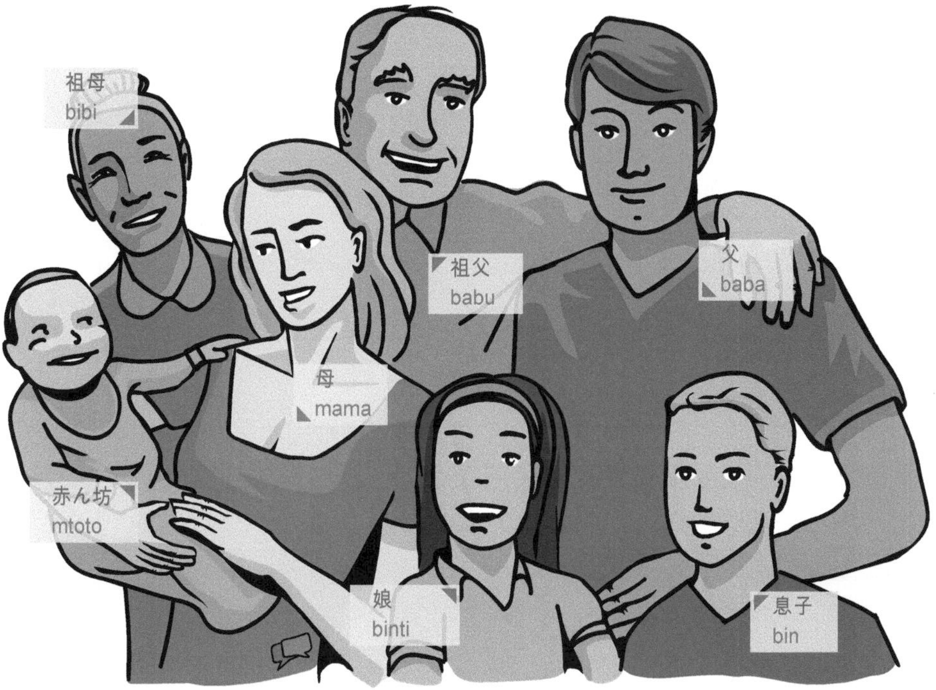
祖母
bibi
祖父
babu
父
baba
母
mama
赤ん坊
mtoto
娘
binti
息子
bin

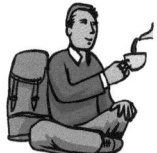

お客様

mgeni

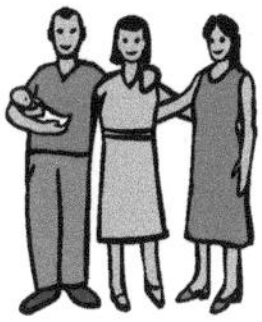

おば

shangazi

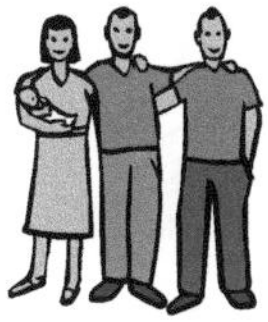

おじ

mjomba

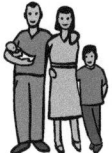

兄弟

kaka

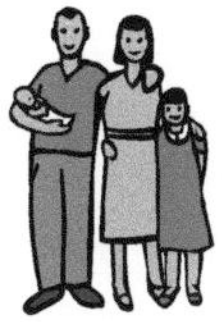

姉妹

dada

体

mwili

ひたい
paji la uso
目
jicho
顔
uso
あご
kidevu
胸
matiti
指
kidole
手
mkono
腕
mkono
肩
bega
脚
mguu

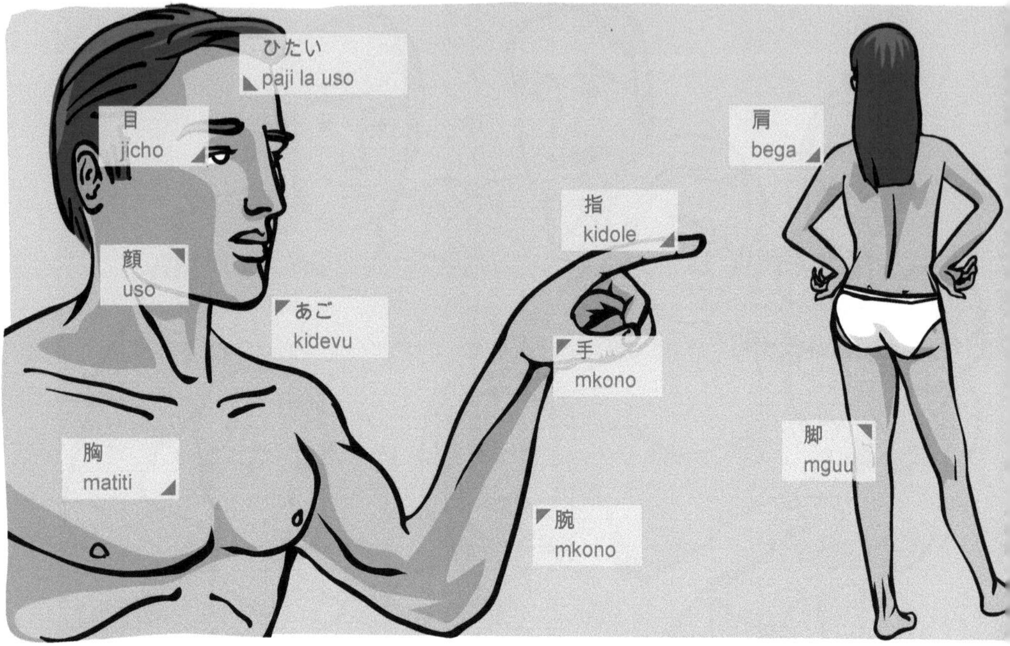

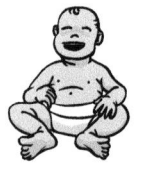

赤ん坊

mtoto

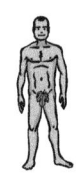

男性

mwanamume

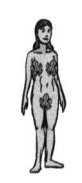

女性

mwanamke

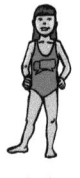

少女

msichana

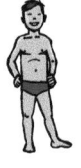

少年

mvulana

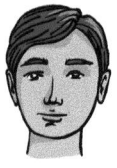

頭

kichwa

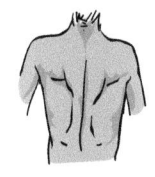

背中

nyuma

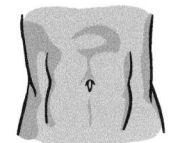

腹

tumbo

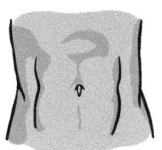

へそ

kitovu

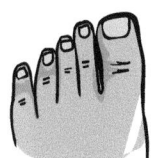

足指

chano

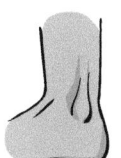

かかと

kisigino

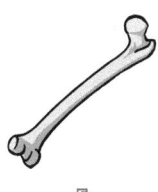

骨

mfupa

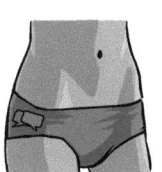

腰

nyonga

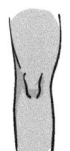

ひざ

goti

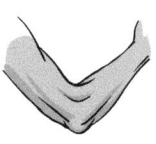

ひじ

kiwiko

鼻

pua

尻

chini

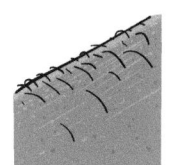

皮膚

ngozi

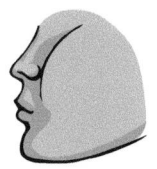

頬

shavu

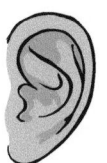

耳

sikio

唇

mdomo

体 - mwili

69

口
kinywa

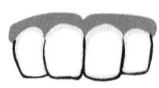

歯
jino

舌
ulimi

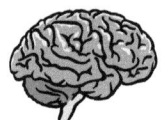

脳
ubongo

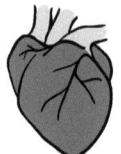

心臓
moyo

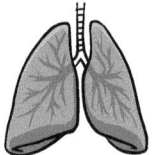

筋肉
misuli

肺
pafu

肝臓
ini

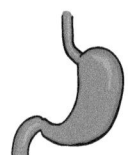

胃
tumbo

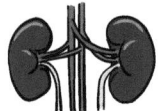

腎臓
figo

セックス
jinsia

コンドーム
kondomu

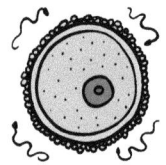

卵細胞
ovari

精液
shahawa

妊娠
mimba

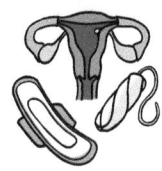

月経

hedhi

膣

uke

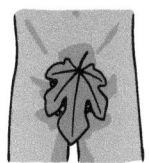

ペニス

uume

眉

unyusi

髪

nywele

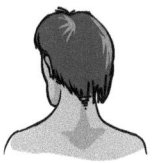

首

shingo

病院
hospitali

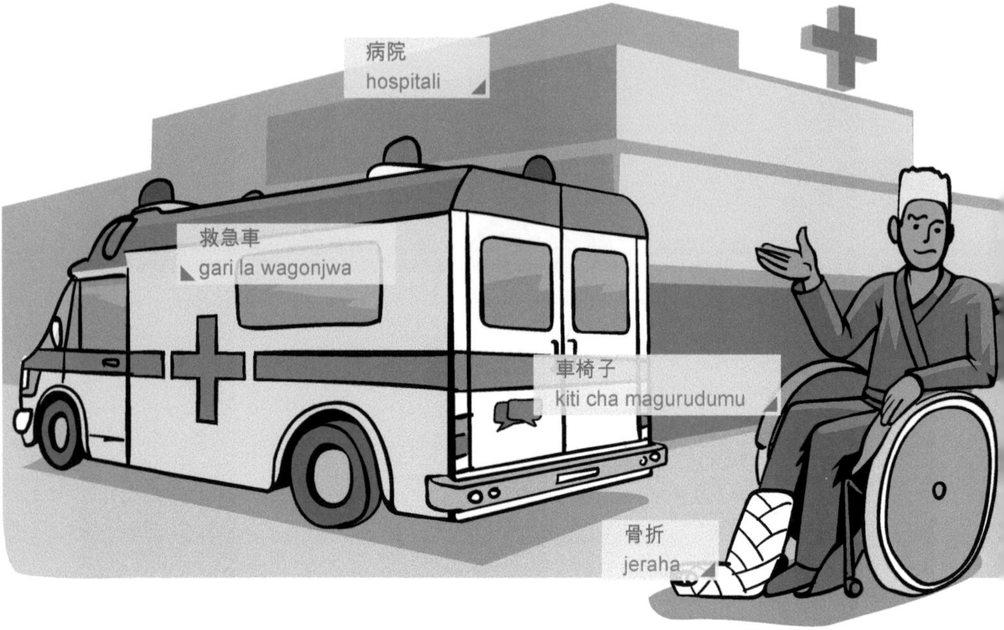

病院
hospitali
救急車
gari la wagonjwa
車椅子
kiti cha magurudumu
骨折
jeraha

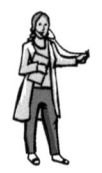

医師

daktari

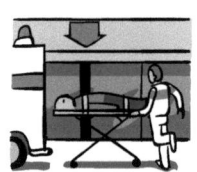

救急治療室

chumba cha dharura

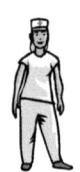

看護師

muuguzi

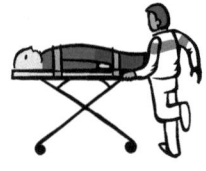

救急

dharura

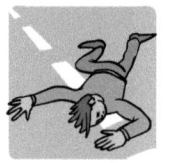

失神

kupoteza fahamu

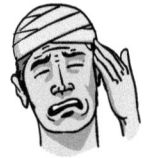

痛み

maumivu

けが

kuumia

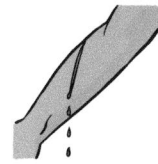

出血

kutokwa na damu

心臓発作

mshtuko wa moyo

脳卒中

kiharusi

アレルギー

mzio

咳

kikohozi

熱

homa

インフルエンザ

mafua

下痢

kuharisha

頭痛

maumivu ya kichwa

癌

kansa

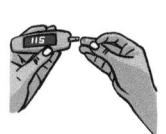

糖尿病

ugonjwa wa kisukari

外科医

daktari mpasuaji

外科用メス

kisu kidogo cha kupasulia

手術

operesheni

CT

picha changanufu ya mwili

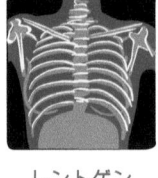

レントゲン

Eksrei

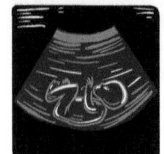

超音波

mawimbi sauti

マスク

barakoa ya uso

病気

ugonjwa

待合室

chumba cha kusubiri

松葉づえ

mkongojo

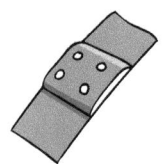

ばんそうこう

plasta

包帯

bendeji

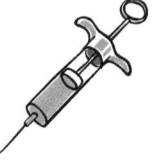

注射

sindano

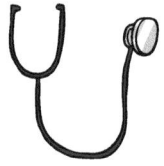

聴診器

stetoskopu

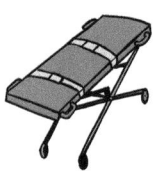

担架

machela

体温計

kipimajoto cha kliniki

出産

kuzaliwa

肥満

unene kupita kiasi

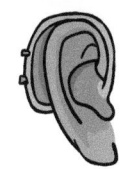

補聴器

kusikia misaada

消毒剤

kipukusi

感染

maambukizi

ウイルス

virusi

HIV / エイズ

VVU / UKIMWI

内服薬

dawa

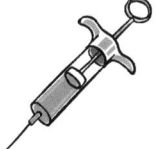

予防接種

chanjo

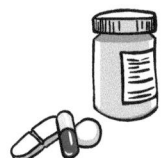

錠剤

vidonge

ピル

kidonge

緊急電話

simu ya dharura

血圧計

haemodainamometa

病気の ／ 健康な

mgonjwa / mwenye afya

助けて！

Msaada!

アラーム

kengele

暴行

pigo

攻撃

shambulizi

危険

hatari

非常口

lango la dharura

火事だ！

Moto!

消火器

kizima moto

事故

ajali

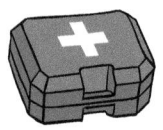

救急箱

vifaa vya huduma ya kwanza

SOS

wito wa msaada

警察

polisi

ヨーロッパ

Ulaya

北米

Amerika ya Kaskazini

南米

Amerika ya Kusini

アフリカ

Afrika

アジア

Asia

オーストラリア

Australia

大西洋

Atlantiki

太平洋

Pasifiki

インド洋

Bahari ya Hindi

南極海

Bahari ya Antaktiki

北極海

Bahari ya Aktiki

北極

Ncha ya Kaskazini

南極
Ncha ya Kusini

南極大陸
Antaktika

地球
dunia

陸
nchi

海
bahari

島
kisiwa

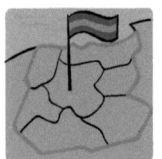

国家
taifa

国家
jimbo

文字盤
....
uso wa saa

短針
....
akrabu ya saa

長針
....
akrabu ya dakika

秒針
....
akrabu ya sekunde

何時ですか？
....
Ni saa ngapi?

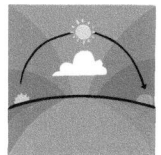

日
....
siku

時間
....
wakati

現在
....
sasa

デジタル時計
....
saa ya dijitali

分
....
dakika

時間
....
saa

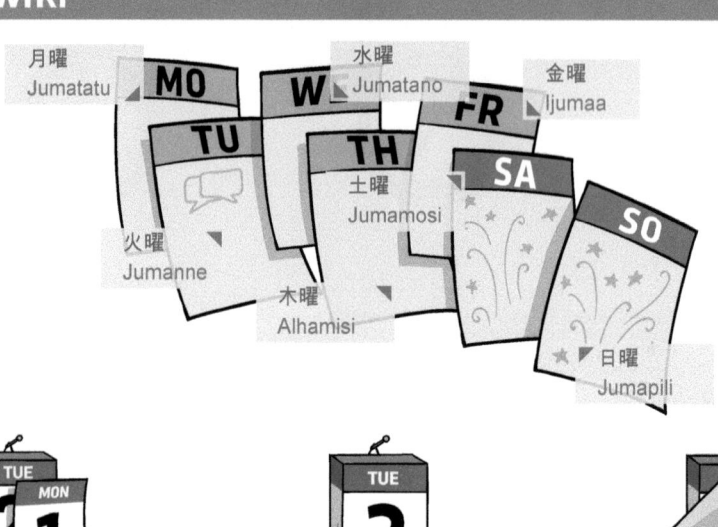

月曜
Jumatatu

水曜
Jumatano

金曜
Ijumaa

火曜
Jumanne

土曜
Jumamosi

木曜
Alhamisi

日曜
Jumapili

昨日

jana

今日

leo

明日

kesho

朝

asubuhi

昼

saa sita mchana

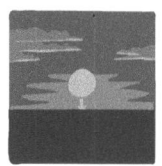

夜

jioni

営業日

siku za biashara

週末

mwishoni mwa wiki

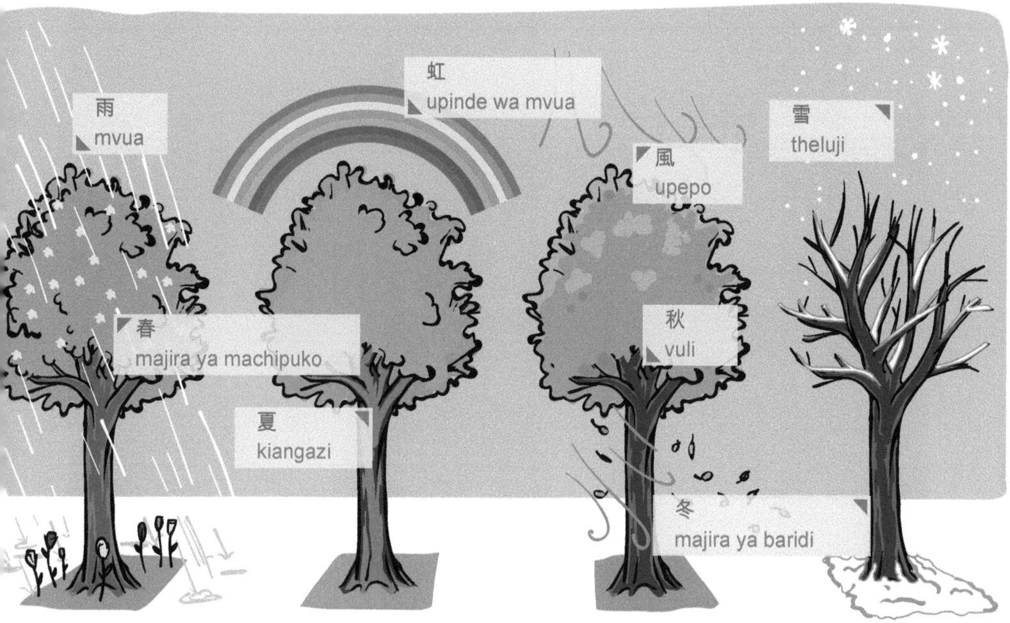
雨
mvua
虹
upinde wa mvua
風
upepo
雪
theluji
春
majira ya machipuko
秋
vuli
夏
kiangazi
冬
majira ya baridi

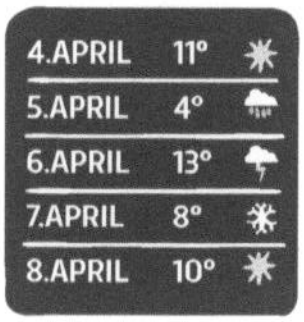
4.APRIL 11°
5.APRIL 4°
6.APRIL 13°
7.APRIL 8°
8.APRIL 10°

天気予報

utabiri wa hali ya hewa

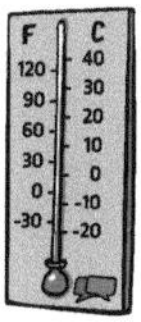
F C
120 40
90 30
60 20
30 10
0 0
-30 -10
-20

温度計

kipimajoto

日差し

mwanga wa jua

雲

wingu

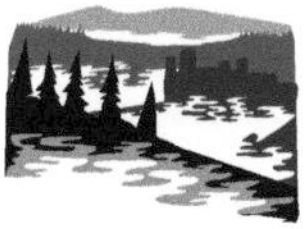

霧

ukungu

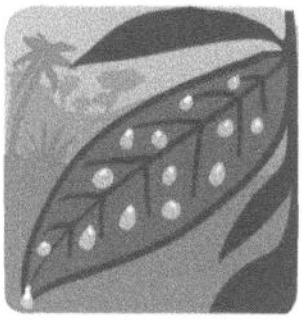

湿度

unyevu

雷

umeme

雷

radi

嵐

dhoruba

ひょう

mvua ya mawe

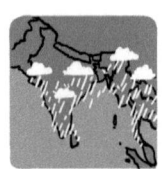

季節風

monsuni

洪水

mafuriko

氷

barafu

1月

Januari

2月

Februari

3月

Machi

4月

Aprili

5月

Mei

6月

Juni

7月

Julai

8月

Agosti

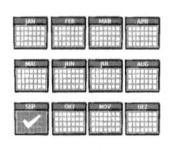

9月
....
Septemba

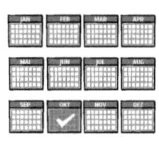

10月
....
Oktoba

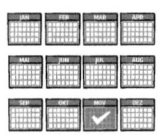

11月
....
Novemba

12月
....
Desemba

形

maumbo

円
....
mduara

正方形
....
mraba

長方形
....
mstatili

三角
....
pembetatu

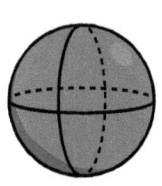

球
....
nyanja

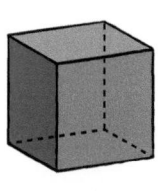

立方体
....
mchemraba

白
....
nyeupe

黄
....
manjano

オレンジ
....
chungwa

ピンク
....
rangi ya waridi

赤
....
nyekundu

紫
....
hudhurungi

青
....
bluu

緑
....
kijani

茶
....
hanja

灰色
....
jivujivu

黒
....
nyeusi

多い　/　少ない

mengi / kidogo

怒っている /
落ち着いている

hasira / pole

美しい　/　醜い

nzuri / mbaya

初め　/　終わり

mwanzo / mwisho

大きい　/　小さい

kubwa / ndogo

明るい　/　暗い

angavu / giza

兄弟　/　姉妹

kaka / dada

清潔な / 汚い

safi / chafu

完全な　/　不完全な

kamilika / tokamilika

日中　/　夜

siku / usiku

死んだ　/　生きている

wafu / hai

幅広い　/　狭い

pana / nyembamba

食べられる /
食べられない
kulika / kutolika

悪意のある / 親切な
ovu / ema

興奮している /
退屈している
sisimkwa / udhika

太った / 痩せた
nene / nyembamba

最初に / 最後に
kwanza / mwisho

友人 / 敵
rafiki / adui

いっぱいの / 空の
jaa / tupu

硬い / 柔らかい
ngumu / laini

重い / 軽い
nzito / nyepesi

空腹 / 喉の渇き
njaa / kiu

病気の / 健康な
mgonjwa / mwenye afya

違法な / 合法な
haramu / kisheria

賢い / 愚かな
akili / kijinga

左に / 右に
kushoto / kulia

近い / 遠い
karibu / mbali

新しい / 中古の

mpya / kutumika

何もない / 何かある

kitu / jambo

老いた / 若い

zee / changa

オン / オフ

waka / zima

開いている /
閉まっている
wazi / fungwa

静かな / うるさい

utulivu / kelele

裕福な / 貧乏な

tajiri / masikini

正しい / 間違っている

sahihi / kosa

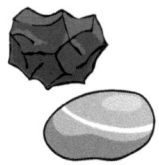

粗い / なめらか

mbaya / laini

悲しい / 幸せな

huzunika / furahia

短い / 長い

fupi /ndefu

ゆっくり / 速い

polepole / haraka

濡れた / 乾いた

nyevu / kavu

温かい / 冷たい

joto / baridi

戦争 / 平和

vita / amani

0

ゼロ

sufuri

1

1

moja

2

2

mbili

3

3

tatu

4

4

nne

5

5

tano

6

6

sita

7

7

saba

8

8

nane

9

9

tisa

10

10

kumi

11

11

kumi na moja

12

12
kumi na mbili

13

13
kumi na tatu

14

14
kumi na nne

15

15
kumi na tano

16

16
kumi na sita

17

17
kumi na saba

18

18
kumi na nane

19

19
kumi na tisa

20

20
ishirini

100

100
mia

1.000

1000
elfu

1.000.000

100万
milioni

英語

Kiingereza

アメリカ英語

Kiingereza cha Marekani

中国標準語

Kimandarini cha Uchina

ヒンディー語

Kihindi

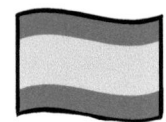

スペイン語

Kihispania

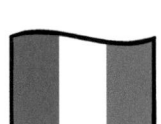

フランス語

Kifaransa

アラビア語

Kiarabu

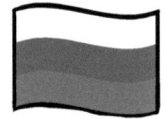

ロシア語

Kirusi

ポルトガル語

Kireno

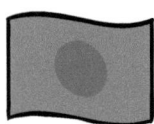

ベンガル語

Kibengali

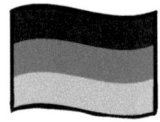

ドイツ語

Kijerumani

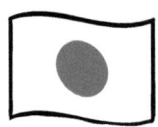

日本語

Kijapani

私

mimi

あなた

wewe

彼 / 彼女 / それ

yeye / yeye / ni

私たち

sisi

あなたたち

wewe

彼ら

wao

誰？

nani?

何？

nini?

どうやって？

jinsi gani?

どこ？

wapi?

いつ？

lini?

名前

jina

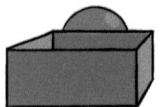

後ろ

nyuma

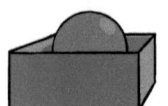

中

katika

前

mbele ya

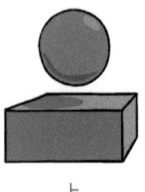

上

juu ya

上

kwenye

下

chini ya

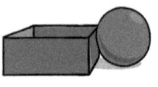

横

kando

間

kati

場所

mahali